Mpango wa Mungu Kwako wewe Tu!
God's Plan Just For You!

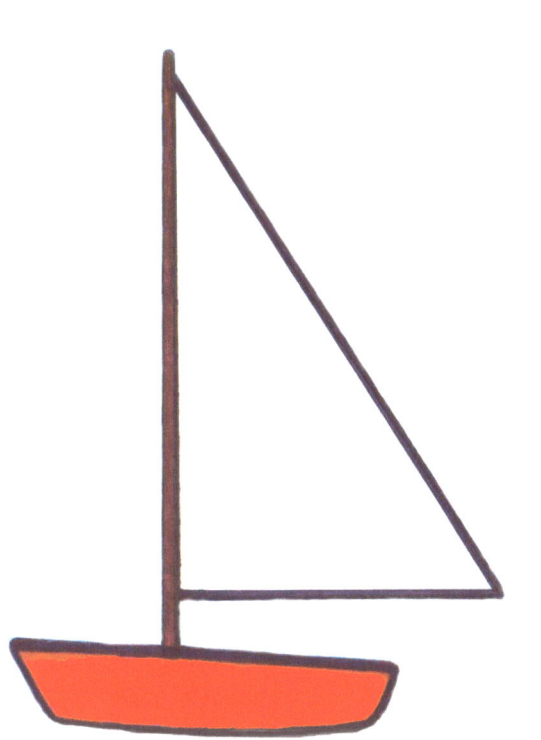

na Beto Peña
Mchoro na Neva Harrison
Tafsiri kwa Pst. Kepher Luhombo

Mpango wa Mungu Kwako wewe Tu!

Hadithi Kunakiliwa Mwaka wa 2016 na Beto Peña
Mchoro hati miliki kwa 2016 Neva Harrison
Haki zote Kuifadhiwa. Mchapishaji ni Beto Peña

Story copyright © 2016 by Beto Peña
Illustrations copyright © 2016 by Neva Harrison
All rights reserved. Published by Beto Peña

ISBN-13: 978-0-9909980-0-6   ISBN-10: 0-9909980-0-2

Kwa Evan kijana yangu.
For Evan, my son.

*Shukrani zangu zimuendee malkia wangu Gina na wote ambao walisaidia
Kwa njia moja au nyingine kwa kupeana huduma yao.
*Thank you to my princess, Gina, and to all of you who offered invaluable input.

Scripture quotations marked (GW) are taken from GOD'S WORD®, © 1995 God's Word to the Nations. Used by permission of Baker Publishing Group.
Scripture quotations marked (NIrV) are taken from the Holy Bible, New International Reader's Version®, NIrV® Copyright © 1995, 1996, 1998, 2014 by Biblica, Inc.™ Used by permission of Zondervan. All rights reserved worldwide. www.zondervan.com The "NIrV" and "New International Reader's Version" are trademarks registered in the United States Patent and Trademark Office by Biblica, Inc.™
Scriptures quotations marked (NCV) taken from the New Century Version®. Copyright © 2005 by Thomas Nelson. Used by permission. All rights reserved.
Scripture quotations marked (NLT) are taken from the Holy Bible, New Living Translation, copyright ©1996, 2004, 2007, 2013, 2015 by Tyndale House Foundation. Used by permission of Tyndale House Publishers, Inc., Carol Stream, Illinois 60188. All rights reserved.

No part of this publication may be reproduced, stored in a retrieval system, or transmitted in any form or by any means, electronic, mechanical, photocopying, recording, or otherwise, without written permission of the author. For information regarding permission, please write to betopena@yahoo.com.
Translated by Pastor Kepher Luhombo, Mombasa, Kenya, with permission from Beto Pena.

Hakuna ruhusa kwa mtu yeyote Kuchapisha Nakala hii Kwa njia ya elektroniki, au njia yeyote ile Pasipo ruhusa ya Mwandishi. betopena@yahoo.com.

Imetafsiriwa na Pst. Kepher Luhombo (luhombokepher@gmail.com), Mombasa, Kenya.
Ruhusa Kutoka Kwa Mishonari Beto Peña.

Je, kitabu hiki kilitokana na nini? How did this book happen?

Ilikua jumapili asubuhi saa tisa unusu nilipokua nikingorota kwa sauti ya juu, nilijihisi kuamuka kitandani kwa sababu Mungu alikua akinizungumzia kuhusu ujumbe mpya wa siku hiyo. Baadaye kidogo ujumbe ukanijia uliyo tayarishwa wa kwangu pekee. Unao elezea jinzi Mungu ametuumba wa kutisha na wa ajabu na vipawa vya kuwatumikia wengine na kumpatia Mungu Utukufu. **Mpango wa Mungu Kwako wewe Tu!**, ni ujumbe unaotokana na ile nilipewa na Mungu kwenye shule za chekechea na watoto kanisani.

It's a Sunday morning, 3:30 AM and I am sleeping soundly! Suddenly, I feel prompted to get out of bed because God seemed to be impressing on me a brand new sermon to preach in just a few hours! I'm not sure He realized that I already had one prepared! (that was humor) In just a few minutes, He had given me a complete message called, "Designed to Be You," which shared how each of us were uniquely created and gifted by God to bring Him glory as we serve others. **God's Plan Just for You!** is an adaptation of that message intended for preschoolers.

Kitabu hiki kitasomwa katika njia ya hadithi kuanzia ukrasa wa kushoto, na kule kulia Ikiwa na vifungu vya bibilia ambavyo ni msingi wa hadithi kujengeka kwake.

This book may be read in story form by following the left pages, while the right hand pages are the complementing scripture references upon which the story is based.

Je wajua Mungu amekuumba katika njia sipesheli? Ndio ni kweli!

Did you know God created you in a very special way? It's true!

Mkavae utu mpya, Ulioumbwa kwa namna ya Mungu katika haki na utakatifu wa kweli.

Waefeso 4:24

Put on your new nature, created to be like God - truly righteous and holy.

Ephesians 4:24 (NLT)

Mungu anakupenda sanaaaa na akakuumba wewe tu tofauti na wengine!

God loves you sooooooo much, He made only one you!

Nitakushukuru kwa Kuwa nimeumbwa Kwa Jinzi ya ajabu ya Kutisha.

Zaburi 139:14a

I will give thanks to You because I have been so amazingly and miraculously made.

Psalm 139:14 (GW)

Amekupa mikono na miguu na vidole vya miguu nzuri vyakumrukia.

He gave you arms and legs and itty-bitty toes...

Bali Mungu Amevitia viungo kila kimoja katika mwili Kama Alivyotaka.

1 wakorintho 12:18

God put each part of the body together as He wanted.

1 Corinthians 12:18 (GW)

Macho na masikio na pua ndogo lakupendeza!

Eyes and ears and a cute little nose!

...*Maana tu Kazi yake, tuliumbwa Katika Yesu...*

Waefeso 2:10a

...we are God's masterpiece. He has created us new in Christ Jesus...

Ephesians 2:10a (NLT)

Hii yote ni ya nini? What is all this for?

Vile Mashua Imetengenezwa Kuelea Kwenye bahari,
Ndivyo Mungu Ana mpango, alivyoumba wewe na mimi.

Like boats are <u>made</u> to sail on the sea,
God had a plan when He made you and me.

Maana tu Kazi yake tuliumbwa Katika Kristo Yesu, tutende Matendo mema, ambayo tokea a wali Mungu aliyatengeneza ili tuenende nayo.

Waefeso 2:10a

We are God's masterpiece. He has created us new in Christ Jesus, so we can do the good things He planned for us long ago.

Ephesians 2:10a (NLT)

Nimeumbwa Kumpenda Mungu na watu wake.
Tuliumbwa Kufanya hivyo.

We are <u>made</u> to **Love God** and **His people** too,
this is what we are created to do.

Akamwambia, Mpende Bwana Mungu wako Kwa moyo wako wote, na Kwa roho yako yote. Mpende Jirani yako Kama nafsi yako.

Mathayo 22:37, 39

Love the Lord your God with all your heart and all your soul...
Love your neighbor as yourself.

Matthew 22:37, 39 (NIRV)

Ni vipi tunampenda Mungu? How do we love God?

**Kwa Kusoma Bibilia, Kutii Neno lake,
na Kuongea na Mungu, Sauti zetu Zazikizwa!**

By reading the Bible, obeying His word,
and talking to God, our voices are heard!

Mkinipenda, mtazishika amri zangu.

Yohana 14:15

If you love Me, you will obey My commandments.

John 14:15 (GW)

Je, tutawapenda watu vipi? How do we love people?

Mungu ametupatia gharama/vipawa sipesheli vya
Kutumia Kuwasaidia watu na kutangaza habari Yake njema!

God gave us all special gifts we can use,
to help other people and spread His good news!

Ili wale waliomwamini Mungu wakumbuke kudumu katika matendo mema. Hayo ni mazuri, na tena yana aida kwa wanadamu.

Tito 3:8b

Those who believe in God will be careful to use their lives for doing good. These things are good and will help everyone.

Titus 3:8b (NCV)

Vifaa vingine vyajenga na vingine vyaweza kuimba.

Some folks can build... others can sing...

Andika hadithi nzuri ama mpishi Yummi vitu!
(Mmmmmmmm!)

Write a good story or cook yummy things! (Mmmmm)!

Yeye yule akimgawia kila mtu peke yake kama apendavyo yeye.

I wakorintho 12:11b

He alone decides which gift
each person should have...

1 Corinthians 12:11b (NLT)

Ni nini waweza kufanya vizuri? What can you do well?

Unaweza kuchora picha?... Kusaidia kufanya usafi kuondoa tatizo?
Can you draw a picture?... Help clean up a mess?

Kuwapatia manguo au dolii kwa wale wana chache?
Give clothes or toys to those who have less?

Mungu ametupatia karama tofauti kwa kufanya vitu fulani vizuri.

Warumi 12:6a

God has given us different gifts for doing certain things well.

Romans 12:6a (NLT)

Kutumikia mtu kwa kuonyesha sura ya tabasamu usoni mwetu,
ni njia kubwa ya kuonyesha nehema ya Mungu!

Serving somebody with a smile on our face,
is a great way to show them a bit of God's grace!

*Vipawa vya Mungu kwa Imani huja katika viwango vingi. Kila mmoja kwa kadiri alivyoipokea karama, itumieni kwa kuhudumiana; kama mawakili wema wa neema mbalimbali za Mungu.
Ni huitumie kwa Uaminifu.*

Waraka wa Kwanza wa Petro 4:10

God's gifts of grace come in many forms. Each of you has received a gift in order to serve others. You should use it faithfully.

1 Peter 4:41 (NIRV)

Vile tunasaidia watu, wanaona upendo wa Mungu,
Kwa sababu Ukarimu wetu watoka Juu!

As we help people, they see God's love,
'cause all of our kindness comes from above!

Vivyo hivyo nuru yenu na iangaze mbele ya watu, wapate kuyaona matendo yenu mema, wamtukuze Baba yenu aliye mbinguni.

Mathayo 5:16

Let your light shine in front of people. Then they will see the good that you do and praise your Father in Heaven.

Matthew 5:16 (GW)

Mpango wa Mungu Kwako wewe Tu!
waundaji

Beto amekua akihusika na huduma tangu Mwaka wa 2001, akiwa sana anatumika katika huduma ya mchungaji ya watoto na kukua katika kiwango chao cha kuwaelewa. Akiwa na shahada ya pili katika masomo ya ushauri. Kiu na tamanio yake ni kuweza kueleo kila mmoja ni nani katika Kristo, Kutambua Makusudi ya Mungu na jinzi ya Kuishi maisha hiyo kila siku. Beto ni mzaliwa wa marekani Boerne, Texas na Mke wake na Kijana mmoja.

Neva ni mzaliwa california mwaka wa 1948. Alitambua Kipaji chake cha uchoraji akiwa na umri wa miaka tano. Kuzunguka kwake sana magharibi mwa Marekani, llimfanya kujifunza mwenyewe kipawa chake kwa msisimko na kumfanya kutembea Kwingi. Nikiwa nimefanya amri kuu kwa miaka arobaini. Aliweza kujifundisha, kile anaweza kufanya kwa kujipangia upakaji rangi na kufuraia maisha jinzi llivyo nzuri yakupendeza hadi mwisho.

Kepher amekua mchungaji tangu mwaka wa 2009, Maeneo ya Pwani mwa Kenya (south coast) Kanana Kwenye barabara kuu ya kwenda horohoro, Tanga, Dar, Tanzania.Ameoa mke mmoja mzuri na kubarikiwa na watoto watano. Cynthia, Collins, Faith, Esther, na wa mwisho Naomi. Amepata cheti cha kwanza katika shule na mambo na huduma (Jcc school of ministry, mombasa). Hatimaye Kupata cheti cha Diploma katika mambo ya thiologia,chuo cha ("Kenya Baptist theological college Nairobi") K.B.T.C. Tamanio na ndoto yake ni kugusa vipawa vya viongozi, kwa kuwapa mafunzo ya ujuzi na maarifa ya Kufanyika viongozi wazuri, kwa kuzingatia uaminifu na uatilifu katika mambo tofauti Makanisani na manyumbani mwao. Na pia tunafunza mafunzo ya jinzi ya kupanda Kanisa au makanisa sehemu injili hijafika.

God's Plan Just for You!
creators

Beto has been involved in ministry since 2001, serving most of those years as a children's pastor, and has a knack for relating to kids on their level. Having a Master's Degree in Counseling, his passion lies in helping others discover who they are in Christ, what their God-given purpose is, and how to live out that purpose daily. Beto currently lives in Boerne, Texas with his wife and 9 year old son.

Born in California in 1948, Neva discovered her passion for art at the age of 5. Travels through the Western states and a sense of wonder drove her to develop her self-taught, God-given gift with excitement and adventure. Though having done commission work for 40 years, she leans more towards creating from her imagination and plans on painting and enjoying life with all it's beauty until the end.

Kepher has served as a full time Pastor since 2009. His church is in a muslim zone and stronghold. He has a wife, Lucy, and is blessed with five children: Collins (15), Cynthia (17), Faith (12), Esther (9), and Naomi (3yrs). Kepher attended 2yrs at the Jcc school of ministry in Mombasa and 3 yrs at ("Kenya Baptist theological college Nairobi") K.B.T.C. His passion has been and continues to be training and nurturing pastors with leadership skills so they may be effective in serving where God has them.

www.ingramcontent.com/pod-product-compliance
Lightning Source LLC
Chambersburg PA
CBHW041541040426
42446CB00002B/182